पूर्वसंध्या

शान्ता ज. शेळके

मेहता पब्लिशिंग हाऊस

All rights reserved along with e-books & layout. No part of this publication may be reproduced, stored in a retrieval system or transmitted, in any form or by any means, without the prior written consent of the Publisher and the licence holder. Please contact us at **Mehta Publishing House**, 1941, Madiwale Colony, Sadashiv Peth, Pune 411030.

☏ +91 020-24476924 / 24460313

Email : info@mehtapublishinghouse.com
　　　　production@mehtapublishinghouse.com
　　　　sales@mehtapublishinghouse.com

Website : www.mehtapublishinghouse.com

♦ या पुस्तकातील लेखकाची मते, घटना, वर्णने ही त्या लेखकाची असून त्याच्याशी प्रकाशक सहमत असतीलच असे नाही.

PURVASANDHYA by SHANTA J. SHELKE

पूर्वसंध्या : शान्ता ज. शेळके / कवितासंग्रह

© सुरक्षित

प्रकाशक　　: सुनील अनिल मेहता, मेहता पब्लिशिंग हाऊस,
　　　　　　१९४१, सदाशिव पेठ, माडीवाले कॉलनी, पुणे - ४११०३०.

मुखपृष्ठ　　: चंद्रमोहन कुलकर्णी

प्रकाशनकाल : जानेवारी, १९९६ / ऑक्टोबर, २००४ / जुलै, २०१३
　　　　　　पुनर्मुद्रण : एप्रिल, २०१७

P Book ISBN 9788171615025
E Book ISBN 9789386454829

E Books available on : play.google.com/store/books
　　　　　　　　　　　www.amazon.in

माझा विद्यार्थिमित्र

चि. केशव गोपाळ शिरसेकर

याला

वात्सल्यपूर्वक, साशीर्वाद

—शान्ताबाई

थोडेसे

'जन्मजान्हवी' या कवितासंग्रहानंतर गेल्या काही वर्षांत मी पुन्हा अनेक कविता लिहिल्या. त्यांतील निवडक कविता मी 'पूर्वसंध्या' या माझ्या नव्या कवितासंग्रहात संकलित केल्या आहेत.

कवितांची निवड करताना माझे मन नेहमीच गोंधळून जाते. अशा वेळी आपले कविताप्रेमी मित्र आपल्या मदतीला येतात. 'पूर्वसंध्या'तील कवितांचे संकलन करताना अशा अनेक मित्रमैत्रिणींचे आस्थेवाईक सहकार्य मला लाभले, त्यांच्याबरोबर केलेली मनमोकळी चर्चा उपकारक ठरली, हे आवर्जून सांगावेसे वाटते.

'मेहता पब्लिशिंग हाऊस'चे अनिल मेहता हे पहिल्यापासून माझ्या साहित्यावर लोभ करणारे आहेत. ते स्वत: व त्यांचे उत्साही चिरंजीव सुनील मेहता या पितापुत्रांनी आपल्या नेहमीच्या सहज स्नेहभावाने 'पूर्वसंध्या' प्रकाशित करण्याची उत्सुकता दर्शविली आणि तत्पर जागरूक वृत्तीने संग्रह अगदी देखण्या स्वरूपात प्रकाशित केला.

माझे चित्रकार मित्र चंद्रमोहन कुलकर्णी यांचे सुंदर मुखपृष्ठ 'पूर्वसंध्या'ला लाभले, ही आणखी एक जमेची बाजू.

अशा अनेक सुहृदांच्या सहकार्याने 'पूर्वसंध्या' आज वाचकांसमोर येत आहे, याचा मला आनंद वाटतो. या साऱ्यांची आणि माझ्या कवितेवर प्रेम करणाऱ्या सर्व चाहत्यांची मी ऋणी आहे.

शान्ता ज. शेळके

अनुक्रमणिका

आतले समुद्री आवेग / १

फुलाचे उमलणे / २

सावल्या / ३

स्पर्श / ४

आत्ममग्न / ५

दाट / ६

बघता बघता डोळ्यांसमोर / ७

भ्रमाच्या तळी / ८

पाषाण / ९

नाती / १०

पायवाट / ११

तरंगत येतात चेहरे / १२

वरदान / १३

घंटा / १४

हव्यास / १५

कुठली म्हणू मी? / १६

शब्द / १७

भिंती / १८

चित्र / १९

तिचा पदर / २०

कोनेकोपरे / २१

तसेच म्हटले, तर / २२

दुर्ग / २३

गोंगाट / २४

कळले नाही / २५

घायाळ / २६

मुखवटे / २७

ओळख / २८

वाटा / २९

उत्कट / ३०

नाटक / ३१

कुणी? / ३२

चोरवाटा / ३३

परीघ / ३४

विदेही / ३५

आता नकोसे वाटते / ३६

तट / ३७

अर्थहीन / ३८

मेघ / ३९

बसच्या रांगेत / ४०

बाहुल्या / ४१

सांगावेसे काही / ४२

धागा / ४३
रस्ता / ४४
सूत्रधार / ४५
काळी पाने / ४६
अटळ / ४७
प्रदीर्घ / ४८
कोणत्या असतात? / ४९
एक कुणी / ५०
फुले मला सांगत होती – / ५१
दुवा / ५२
निराश्रयाचे भयाण अरण्य / ५३
कोण मी? / ५४
गाणे / ५५
व्यर्थ / ५६
लखलखत्या असंख्य चांदण्या / ५७
अंश / ५८
कवी / ५९
कशाला? / ६०
निघुन गेले बहर / ६१
साक्षी / ६२
मनधूसर / ६३

मला वाटते / ६४
पाणी / ६५
आडवेळेचा पाऊस / ६६
सम्राज्ञी / ६७
निर्दय / ६८
निवडुंग / ६९
ढळणार सूर्य कधीतरी / ७०
समजूतदार / ७१
हे वास्तव / ७२
चुके काळाचे गणित / ७३
सावट / ७४
स्वीकार / ७५
जन्म ओलांडून / ७६
अभावित / ७७
बांधायला हवे आहे / ७८
तसे तर शब्द / ७९
मोकळी / ८०
प्रतिबिंब / ८१
अचानक उघडते समोर / ८२
दुःखे / ८३
ताऱ्यांचे शांत कळप / ८४

आतले समुद्री आवेग

आतले समुद्री आवेग
मनाच्या किनाऱ्यावर येऊन आदळतात
आणि तिथे हलके हलके ओसरत
लाटालाटांच्या वळणदार वर्तुळांत
संथ साकळतात;
उमटतात चित्रविचित्र आकृती
गोठून राहिलेल्या सुखदु:खांच्या स्मृती,
ते असतात गतकाळाचे शिलालेख
दिङ्मूढ करणारे निरखताना एक एक...

दरवळत असतो भोवती
हृदय दुखवणारा ओलसर खारा वास
आणि माझ्यातून आरपार वाहणारे भास

मागे निश्चल उभे माड, झावळ्या हालचाल विसरलेल्या
सावल्या भुतांसारख्या, वाळूवर ऐसपैस पसरलेल्या
वर आभाळाचा घुमट जांभई देणारा निर्विकार
जाणिवा अचेतन होत जाणाऱ्या
आणि अवघा आसमन्त केवळ एक शून्याकार

पूर्वसंध्या । १

फुलाचे उमलणे

शंभर पाकळ्यांनी डवरून उमललेले फूल
आसमन्ताला घालणारे अपार्थिव सुगंधाची भूल
त्याच क्षणी चालत असते विनाशाची वाट,
हलके हलके विसकटतो सुरचित सुबक घाट
ओसरत विरू लागते उंचावणारी लाट!

फूल पूर्ण उमलते, तेव्हा–
विझू लागतात त्याचे रसरशीत लालस रंग,
सैलावते उत्कटपणे ताणलेले टपोर अंग,
तुटतो देठाशी जडलेला आजन्म संग!

पूर्ण उमललेले फूल म्हणजे–
एकाच वेळी विकास-विनाशाचा प्रत्यय
आणि मनात जागणारे जन्मापलीकडचे संदिग्ध भय!

म्हणतात शहाणे लोक, फुलाचे फुलणे हेच त्याचे मरण
उन्मीलनाच्या सुखशेजेखालचे अटळ धगधगते सरण!

सावल्या

बघावे, तिकडे नुसत्याच पसरलेल्या
वेड्यावाकड्या, काळ्याकरड्या, अर्थहीन सावल्या
सावल्यांचा चक्रव्यूह चकवणारा
पायांखाली पुन्हा पुन्हा सरकत येऊन
अवघा देह भोवंडून जाईलसा थकवणारा!

सावल्यांवरून नजर जाते, जातच राहते
अटळपणे खेचल्यासारखी पुढे पुढे
दूर दूर, अवकाशाच्या अगदी आरपार
अगम्य तेढीमेढी वळणे, गुंते अनाकलनीय
सापडत नाहीत कुठेही ज्यांचे मूलाधार

सावल्या भुतांसारख्या विदेही, गूढ
आणि गूढ त्यांची आश्वासने संदिग्ध
सावल्या नेत राहतील, त्या दिशेने
एकेक पाऊल टाकीत अगतिकपणे
उरते फक्त त्यांच्यामागे निमूट जाणे

पूर्वसंध्या । ३

स्पर्श

गर्दीमध्ये हातामधला हात सुटावा
काळोखामधि आसमन्त हळुहळू मिटावा
भवतालातुन काहि भयावह घेरित यावे
आश्वासक मग वृक्षांचेही राक्षस व्हावे...

इथे तिथेचा संभ्रम पडता असा जिवाला
कसा, कुणाचा द्यावा नकळे मना हवाला?
दिशाहीन मी भ्रान्त होउनी फिरता वणवण
संज्ञेला नच आकळणारे एकाकीपण...

कधी परी ही अशकुनवेळा पुढे ठाकता
अशरणतेने अस्तित्वच हे अवघे झुकता
शब्द खुणेचा अवचित येतो तिमिरामधुनी
तुझा रेशमी शेला जातो किंचित् स्पर्शुनि

त्या स्पर्शातच तुझे, उदारा, दर्शन होते
पुन्हा स्वत:शी आणि जगाशी जडते नाते

४ । पूर्वसंध्या

आत्ममग्न

या सरितेचे पाणी
धावे दाहि दिशांनी
कुठे आसरा?
कुठे निवारा?
कसली नावनिशाणी?

वाहत वाहत जावे
एक तिला हे ठावे
ओघ खळाळे
कधी अडखळे
तरि न कुठे थांबावे!

अबोल दु:ख जगाचे
रंगाकार ढगांचे
धूसर रेषा
गत अभिलाषा
थवे विमुक्त खगांचे

क्षण हृदयाशी धरते
प्रेम तयांवर करते
क्षणी दुज्या पण
जाते विसरुन
नवे तिला ये भरते

जाय पुढे मनमानी
ती न कुणास जुमानी
कोसळ पुढती
असो, न भीती
आत्ममग्न अधिराणी!

पूर्वसंध्या । ५

दाट

अंधार अधिकाधिक दाट होऊ लागतो
आणि बाहेरची वर्दळ मंदावत जाते,
अंधार जडशीळ होऊन गोठत राहतो
आणि बाहेरची कुजबुज ओसरत जाते,
तेव्हा प्रथमच भयभीत होते माझे मन
खिजवू लागते मला प्राणातले एकाकीपण...

आता असेन केवळ मीच माझ्यापाशी
राहीन बोलत, भांडत अटळपणे स्वत:शी
चुकवता येणार नाही मला माझी संगत
दिवसभर आत दडपलेले येईल वर तरंगत

टाळलेले प्रश्न, नाकारलेली आव्हाने
दूर ढकललेला अवघा संदिग्ध भविष्यकाळ
– आतल्या पोकळीत भटकत असेन मी रानोमाळ
जवळ साक्षीला उभा अखंड पेटलेला जाळ

बघता बघता डोळ्यांसमोर

बघता बघता डोळ्यांसमोर
बदलत गेले आकार झाडांचे
आणि वाहू लागले वारे
वेगळ्याच भासांचे अचानक
पालवीतून सळसळ उलटसुलट,
सरसरले पिवळ्या गवतातून
काही अपरिचित, भयानक!

मी म्हटले,
'हेच सत्य असेल,
तर ते किती अविश्वसनीय!
असतील हे कदाचित सत्याचे भाग
किंवा सत्येच अनेकविध –
ज्यांना वेगवेगळ्या पातळ्यांवर
येत असेल माझ्याच अंतर्यामी जाग!'

तेवढ्यात झाडे पुन्हा बदलू लागली
त्यांची विरूपे विकटपणे सरकली डोळ्यांमधून
देहहीन अंगुलींनी छेडली एक सुंदर धून
वासंतिक सुगंध दरवळले अकस्मात
आता मी दरवळते आहे त्या अनाम गंधात
सरसरते पिवळ्या गवतात
हेलकावते वाऱ्यात, पानांत, साऱ्या आसमन्तात!

भ्रमाच्या तळी

राहते मी भ्रमाच्या तळी
वास्तवाची न कांक्षा मुळी
जेथ अज्ञान वाटे हवे
गाठली तीच मी पातळी

'भूल वेडी' कुणी बोलती
लोकवार्ता वदे 'ही खुळी'
काय त्याचे परंतू मला?
मी असे फक्त माझ्यातली!

स्वप्न किंवा असो सत्य हे
पाउले खोल गेली तळी
दाटुनी भोवती येतसे
वेचते तीच मी काजळी

आसमन्तास या वेढुनी
एक राहे अशी साखळी
फूल हातात नाही तरी
दर्वळे पाकळी पाकळी!

पाषाण

उतरा हे फुलांचे हार, किरीटकुंडलांचा साजशिणगार
उतरा वैजयन्तीमाळ आणि केशरकस्तुरीची उटी
पाहू द्या मला तो निराकार निर्गुण साऱ्यांपलीकडचा
काळा कुळकुळीत निखळ पाषाण फक्त उरणारा शेवटी

तो बेभान नामघोष, टाळमृदंगाची अखंड साथ
भाबडे मन राहिलेले गुंतून बाहेरच्या देखाव्यात
सारे उपचार ओलांडून पोचलेच नाही मी मुळाशी
भिडलेच नाही अंतिम क्रूर कठोर वास्तवाशी

अठ्ठावीस युगे विटेवर मौन पांघरून निश्चल उभा
भक्तगणांना भुलवणारी त्याची गूढ सुंदर आभा
शिवले मी नुसते त्याचे संवेदनाशून्य पाय
कळलेच नाही कधी हे आहे काय? आहे काय?

डोळ्यांत दाटणारे पाणी, गळ्यातला गच्च गहिवर
इतके जन्म ओलांडून शोधत आले याचेच घर
दगडी नसांमधली कधी जाणवेल जिवंत धग?
सावरून उभे राहील का कोलमडणारे माझे जग?

पूर्वसंध्या । ९

नाती

कधी रुजलेली असतात ही नावरूप नसलेली नाती?
कसे फुटतात त्यांना अचानक कोवळे संदर्भ?
आणि जीवनाच्या रखख कोरड्या विस्तारातही
कसे झुलू लागते एक आपलेपण निरपेक्ष, अर्थगर्भ?

वाटतो तेवढा व्यर्थ गेलेला नसतो गतकाल
स्वत:च्याही नकळत पेरलेली असतात बीजे काही
कुठेतरी सांडलेले श्वास आकारतात आसमन्तातून
देत राहतात एक नि:शंक आश्वासक ग्वाही!

वाटते तितके नसतो आपणही एकाकी, निराधार
नसते केवळ आपल्यापुरते आपले हताशपण
म्हणून तर पुढ्यातल्या काळ्याकरड्या राखेतूनही
अवचित झगमगून उठतात इवले इवले अंगारकण!

हे तर खरेच, की तेवढ्याने काळोख नसतो उजळत
पण कुणीतरी, कुठेतरी आपल्यासाठी असते फुलत जळत!

पायवाट

एक भोळी पायवाट वेडीवाकडी वळत
परकऱ्या पोरीऐशी आली धावतपळत
आली धावतपळत मुक्त स्वत:शी हासली
आणि घनदाट रानी आवेगाने ती घुसली

जवळचा राजरस्ता होता करीत आर्जवे
त्याला वाटे आपल्यात हिने सामावून जावे
किती चकवे भुलावे आसमन्ताने घातले
कुणाचेच काही तिने मनावर ना घेतले

कुठे काळोखली झाडी कुठे तुटलेले कडे
वाट निघाली धावत स्वच्छंदाने पुढे पुढे
रान वेढीत वेढीत तिला येऊन खेटले
सुके पिवळे गवत त्यात वणवे पेटले

भूल पडली विषारी गर्द हिरव्या वासाची
एक चिमूट मिळेना शुद्ध निर्मळ श्वासाची
—आणि अवचित पुढे खोल काळोखती दरी
वळायला नाही ठाव वाट कावरी बावरी!

तुटे मागला आधार पुढे ठाकले मरण
वाट निर्धारपूर्वक गेली मृत्यूला शरण!

पूर्वसंध्या । ११

तरंगत येतात चेहरे

तरंगत येतात चेहरे काळाच्या लाटेवरून
भिडवतात सरळ माझ्या डोळ्यांना डोळा
शब्द फुटत नाही ओठांमधून, तरीसुद्धा
जाणवतो आतून उसळणारा अधीर उमाळा!

वाहू लागते आसपास घनदाट वासांची हवा
वेटाळतात देहाला जुन्या रक्तसंबंधांचे पाश
माझे मुक्तपण जाते झरझरत ओसरत
खेचून घेताच त्यांनी मला निश्चित, सावकाश

असह्य असतो हा भूतकाळातला उलटा प्रवास
जागजागी अडवणाऱ्या आठवणींच्या खुणा
प्रत्येक ठिकाणी थबकणे, बधिर बोटांनी चाचपणे
उद्ध्वस्ताचे अवशेष निरखणे पुन्हा पुन्हा

ही जन्मजन्माची गुंतवणूक, अपरिहार्य, सक्तीची,
तनांमनांवर तिचे वळ करकचणारे जागोजाग
कधी अंगभर शिंपडणारे शीतल जाणिवांचे पाणी
कधी अवचित भडकून चटके देणारी आग!

वरदान

किती सुंदर असते हे विस्मृतीचे वरदान
भूतकाळ चालला आहे अटळपणे विरघळत
आणि जिवापलीकडे जपून ठेवलेल्या
टवटवीत क्षणांच्याही पाकळ्या राहतात गळत!

पायांखालच्या जुन्या दिशा जरी हरवल्या
तरी नव्या वाटा घेतात त्यांची जागा
आणि प्रत्येक नव्या वळणावर पुन्हा
असतातच डवरलेल्या अनोख्या फुलबागा!

दिले होते आश्वासन मी प्रिय अनुभवांना,
की ढळू नाही देणार हृदयातले त्यांचे स्थान
पण तेव्हा कुठे ठाऊक होते मला, की
अन्तस्थदेखील बघता बघता होते बेइमान?

रात्र आसवांत भिजते, गदगदते हुंदक्यांनी
तरीही एकवटून अवघा आवेग, जोर
भविष्याची दुर्दम्य आश्वासने पदरात घेऊन
रसरसलेली पहाट ठाकतेच उभी समोर!

पूर्वसंध्या । १३

घंटा

दूर कुठेतरि घणघणणाऱ्या प्रचंड घंटा
वाऱ्यावरती वाहत येती नाद तयांचे
आणिक जाती पसरत माझ्या रक्तामधुनी
त्या नादांच्या अणुरेणूंतुन जगावेगळे
मुळी कळेना कसले येते मज आवाहन?

दूर दिशांच्या पार वसतसे कोण अनामिक?
साद घालतो कोण कशास्तव आणिक कुठुनी?
दिनमानाचे भान न उरते, मी बावरते
उलगडती अन्तस्थ जाणिवा तोच अचानक
आणि उमटते सोनेरी झगमगते वर्तुळ!

हव्यास

काही अभूतपूर्व घटनांचे
उमटत आहेत मनात पडसाद
आणि अस्तित्वातच नसलेल्या दिशेकडून
येते आहे एक संदिग्ध साद

काय असेल हे सारे? कळत नाही
जाणवतो फक्त रक्तातला गाढ अंधार
आणि आत एक अदृश्य गजबज
जिला माझ्याबाहेर नसतो कुठे आधार

भोवतालचा नि:शब्द निर्मम अवकाश
वेढीत येतो अचानक चारी बाजूंनी
दाटत दाटत चढतात लाटा, आणि
थेट गळ्याशी येऊन भिडते अथांग पाणी

प्रयासाने मस्तक वर ठेवीत
जपू बघते मी काही श्वास, नि:श्वास
बुडण्याची निश्चिती आतून जाणवलेलीच
तरीही अखेरच्या क्षणापर्यंत जगण्याचा हव्यास!

पूर्वसंध्या । १५

कुठली म्हणू मी?

काळाच्या असीम प्रवाहासंगती
वाहत वाहत इथवर आले
चराचर सृष्टिव्यापाराशी नाते
जोडीत जोडीत कालातीत झाले

क्षणभंगुराशी शाश्वताचा असा
अनाकलनीय होता गुणाकार
इथली, तिथली, कुठली म्हणू मी
हेलकावताना भ्रान्त निराधार?

शब्द

चाले आकान्त सभोती
त्रस्त, विसंवादी, क्षुब्ध
कसा शोधावा यातून
माझा नेमका मी शब्द?

शब्द चुरगळलेले
अनामिक पायतळी
कुठे देठाशी जडून
राहे एखादी पाकळी

कुणी कोमेजून गेले
अर्थशून्य, अचेतन
हरवून बसलेले
स्वतःचेच शब्दपण

मूक उभी भांबावून
मी या आंधळ्या गर्दीत
शब्दाविण गुदमरे
ओठांआड मनोगत!

पूर्वसंध्या । १७

भिंती

भिंती चुन्याच्या भकास
त्यांना धडकता श्वास
पुन्हा परतती मागे,
नाही कुणीच घरात
तरी भय अंतरात
वाटे आहे कुणी जागे!

एक फिकासा काळोख
त्याचा आक्रमक रोख
आणि संदिग्ध सावट,
गूढ हालचाली अशा
घेउनिया येती दिशा
अनोळखी सुरावट

आपल्याच ओठांचाही
आपल्याला आता नाही
नाही मुळी भरवसा,
काही बोलावे वाटेना
गळा हुंदका दाटेना
सुन्न रितेपणा असा!

१८ । पूर्वसंध्या

चित्र

एके काळी या चित्राच्या रेषा होत्या ठळक
होत्या कळणाऱ्या, साध्या, सोप्या, सहज
त्यांची वळणे वाकणे, कोनातून अलगद सरकणे
मध्येच कुठेतरी थबकणे, स्वत:भोवती गिरकणे
अवघ्याचा मला पडत असे छान उमज

हळूहळू काय घडत गेले, कळले नाही
देखतादेखत हरवले रेषांचे भाबडे साधेपण
त्यांत झाली तिढी, वाकडी, तुसडी गुंतागुंत
लखलखत्या निर्मळात मिसळली अभावित खंत
काळसर करड्या रागीट छटांनी केले आक्रमण!

आता तर ओळखूही येत नाही मूळचे चित्र
इतके झाले आहे ते संदिग्ध, धूसर, गहन,
चारी बाजूंनी ते चौकटीबाहेर विस्तारते आहे
आखीव सीमांपलीकडे जायला धडपडते आहे
कसे आवरावे त्याला? कसे करावे हे सारे सहन?

कोण कशासाठी घुसले असेल माझ्या प्रिय चित्रात?
कोणती बोटे? कोणते कुंचले? कुणाचा अज्ञात हात?

तिचा पदर

तिचा फुलाफुलांचा तलम पदर
जेव्हा फडफडत असतो भोवताली
इतका गोड वारा लागलेला नसतो कधी
अशी गोड धडधडही उरात नसते झाली!

तिची सोनेरी स्मिते पसरतात आभाळभर
सहज स्वर्गापर्यंत जाता येते एखादा किरण हाती धरून,
ती भिरकावते जमिनीवर आपला हिरवा शेला
आनंदाच्या लहरी थरथरत कापत येतात दूरवरून!

जरीकाठाआडून तिने मिचकावता नुसता डोळा
लखलखते तिरीप, दिपवतो अभिजात रूपसोहळा
आणि तिच्या भाळावर ओझरती आठी–
तर जन्मच येऊन थबकतो थेट मरणाच्या काठी

पदराआडून खुणावते, हसते, लपते – कोण ही?
अनन्त जन्मांतून शोधूनही अजून सापडत नाही!

२० । पूर्वसंध्या

कोनेकोपरे

मैत्रीचे मी कोनेकोपरे धुंडाळून पाहिले
घट्ट नाती पुन्हा पुन्हा चाचपतच राहिले

मनात मने गुंफताना भरून आला जीव
वाटले आता दुराव्याची ओलांडली मी शीव

प्रत्येक भेटीमध्ये पण पुन्हा नवा परिचय
पुन्हा नवी संदिग्धता आणि नवे भय

गहनगूढ अंधारवाटा पाताळविहिरी खोल
क्वचित कुठे तळाशी चुळकाभर ओल

स्पर्शातून जाणवणारे काही स्पर्शातीत
सूर तेच तरीसुद्धा उमगत नाही गीत

रेशीमगाठी काचणाऱ्या, चरत जाणारे व्रण
निकराच्या अंतिम क्षणी निमूट होणारे मन

तसेच म्हटले, तर

तसेच म्हटले, तर ही गोष्ट
तिथेच संपायला हवी होती
पुढची सगळी वाट तशी
सोपी, आकर्षक, नवी होती

पण गोष्ट संपूनही संपली नाही
तिच्यात गुंतलेले प्राचीन संदर्भ
पावलोपावली पुढ्यात येऊन
करीत होते वास्तव विचित्र, अर्थगर्भ

आता होते आहे विषण्ण जाणीव
भूतकाळ नसतो कधीच मरत
मृत झाल्यागत वाटूनसुद्धा
वर्तमानात असतो धूसर थरथरत

नसते त्याला पार्थिव अस्तित्व
नसतात चिवट घट्ट धागे
तरीही त्यातले काही सूक्ष्म
अटळपणे खेचीत राहते मागे

दुर्ग

गतकाळाचा जीर्ण दुर्ग हा
किती तळघरे आणि भुयारे
उद्ध्वस्ताच्या अवशेषांतुन
उसासणारे भणभण वारे

उभे सरळ हे कडे भयंकर
भोवळ येईल अशा उतरणी
मावळतीची किरणे पकडुन
खोल तळाशी चमके पाणी

भग्न इथे पाषाणपसारा
तिथे वाळली गवते हलती
इथे तिथेच्या आठवणींच्या
धूसर करड्या छाया झुलती

कधी जागतो अवघा परिसर
दुर्ग होतसे पुन्हा नांदता
नीरवतेतुन कुजबुज उठते
सशब्द होते मुकी शांतता

उमगे सारे मायावीपण
तरी लागते ओढ अनावर
पाऊल वळते इथेच आणिक
भूतामधुनी चाले वावर

सूर भंगुनी पडले तरिही
तेच अनामिक घुमते गाणे
गतस्मृतींच्या गहन धुळीतुन
जपत स्वत:ला येणे... जाणे...

पूर्वसंध्या । २३

गोंगाट

दिसत नाहीत माणसे आसपास
तरीही ऐकू येतो आहे विलक्षण गोंगाट
ज्याला नाही तळ किंवा काठ

उभी आडवी वाक्ये वाघासारखी झापणारी
परस्परांना कापणारी, सावधपणे मापणारी
एकमेकांना पिंजून घायाळ करणारी
तर कधी आरपार पोकळीही भरणारी
वाक्ये अनपेक्षित एकमेकांत मिसळणारी
कारंज्यासारखी उंच उंच उसळणारी...

आणि मी? मनात नसतानाही
या गोंगाटात अडकलेली, जागजागी तडकलेली
कोण बोलते आहे? कोण बोलते आहे?

२४ । पूर्वसंध्या

कळले नाही

कोठे वळली कशी पावले?
कुठल्या होत्या दिशा खुणावित?
काय प्रलोभन होत्या दावित?
—कळले नाही

शब्द शहाणे चार समंजस
देऊन गेले जरी इशारे
कसे नि का अवगणिले सारे?
—कळले नाही

अडवणूक ती मुळी न मानुन
पुढे पुढे का जात राहिले?
क्षणहि न वळुनी कसे पाहिले?
—कळले नाही

ढकलित होते कोण पुढे मज?
कुणी प्रेरणा दिली पावला?
खेचित होता धागा कुठला?
—कळले नाही

आणि अचानक आज परंतू
वाट कशी तिमिरातच विरली?
कशी दिशांची जाणिव सरली?
—कळले नाही

शून्य भयावह विराणात या
आणि अखेरी कशी पोचले?
काय हरवले? काय वेचले?
—कळले नाही

पूर्वसंध्या । २५

घायाळ

घायाळ पाखराने धडधडत्या उरात
बाळगावा संरक्षक हातांचाच संशय,
तसे आस्थेवाईक उत्कट आपुलकीचेही
आजकाल वाटत राहते अनामिक भय!

सहज संवादाच्या मुक्त मैफलीतही
मनात टवकारलेले तीक्ष्ण सावधपण
कानांवर पडणाऱ्या प्रत्येक शब्दाआड
दडलेले जाणवतात हिंस्र संभाव्य क्षण!

फैलावत जाते मी निराधार स्वत:ला
आणि चाचपत राहते अवघा आसमन्त
अंधेरलेल्या अभावातून चालणारी पावले
ज्यांच्या वाटचालीला कधीच नसतो अन्त!

साऱ्या स्पर्शांचे, भावनांचे, संवेदनांचे
अर्थ घ्यावेसे वाटतात रोकडे पारखून
– प्राण सुखाने सैलावतील, अशी कुठे
चुकूनही गवसू नये आश्वासक खूण?

मुखवटे

मुखवटे येथे तिथे, हे मुखवटे मागे पुढे
चेहऱ्यांना झाकणारे मुखवटे चोहीकडे

मुखवट्यांचे मुखवट्यांशी चालते संवाद हे
आत आशय वेगळा – जो ना कुणाला सापडे

मुखवट्यांवर माळलेली लखलखे दीपावली...
आतला अंधार गिळतो दु:ख वेडे भाबडे

गाढ शोकाच्या कहाण्या खोल चिणलेल्या तळी
मुखवट्यांचे भाव वरती ठाम निश्चित रोकडे!

हिंडता गर्दीत जो तो मुखवटा अपुला जपे
वाटते भय सारखे : जातील का त्याला तडे?

विसरले मीही आता माझा इमानी चेहरा
मुखवटा जग मानते, हे भाग्य आहे केवढे!

मुखवट्यांचा जो नियन्ता, एक त्याला प्रार्थना
टाक अश्रू गिळुन माझे, ठेव डोळे कोरडे!

पूर्वसंध्या । २७

ओळख

किती रस्ते ओलांडुन आले मी इथवर
आणि किती सुंदर अनुभूती
मागे टाकल्या या प्रदीर्घ प्रवासात
तरी अद्याप मुक्काम येत नाही जवळ
या वाटेला नसेलच का कधी अन्त?

इथे तिथे घडीभर रेंगाळलीही पावले
आणि तिथल्या ओलसर मृदू मातीत
मनाचे एखादे हळुवार रोपटेही लावले,
– उमगलेच नाही पुढे त्याचे रुजणे बहरणे
किंवा मरगळून जिथल्या तिथे मान टाकणे

याच वाटेवरून कधी जाईन का मी पुन्हा
शोधीत प्राणांत जपलेल्या परिचयाच्या खुणा?
मी रुजवलेले एखादे रोपटे तेव्हाचे
आता भरदार वृक्ष होऊन आभाळात सळसळणारे
या श्रान्त देहाला घेईल आपल्या सावलीत?
देईल का हसून जुनी ओळख जिवाभावाची
सुवासिक मोहर माझ्या माथ्यावर गाळीत?

वाटा

तशा तर अनेक वाटा
तुझ्यापर्यंत पोचण्याच्या
शब्दांत जे उतरत नाही,
तेही अचूक वाचण्याच्या

माणसांच्या मुक्त मैफलीत
नसेल तर नसो जागा
प्राणांना येऊन भिडणारा
एक असतो चिवट धागा

त्याचा आधार घेऊन मी
सहज तुझ्यापाशी येते
नात्यापलीकडचे एक
उमलते अद्भुत नाते

नाही त्याचे स्थान जरी
शब्दबंबाळ यात्रेत
अकस्मात पावती मिळते
केवळ कानामात्रेत!

पूर्वसंध्या । २९

उत्कट

इतके उत्कट होऊन आता भागत नाही
अशा वयात कुणी असे वागत नाही

तसा दिवस समंजस, ओठ मिटून घट्ट
जुनी स्वप्ने उबवीत रात्र जागत नाही

नवी फुले पाने, रोज नवे गाणे,
सुगंध नि सूर... काही मागत नाही

मोहरलेली मने गगनगामी झुले
शिशिराशी वसंत नाते सांगत नाही

एकान्ताची वेल बहरून येते जरी
ऋतूचे पण नव्या आता स्वागत नाही

नाटक

आसपासची गर्दी दुभंग करीत
माणसे दोन्ही हातांनी बाजूला सारीत
आडदांड धसमुसळेपणाने ते घुसले पुढे
पराकाष्ठेचा लावून नेट
आणि आरोळी ठोकून राहिले उभे
अगदी रंगमंचावरच थेट!

पोशाख होता त्यांचा नेहमीसारखा, साधा,
आणि पात्रविशिष्ट रंगभूषाही नव्हती चेहऱ्यांवर
तरीही ते होते आत्मविश्वस्त, ठाम,
बेगुमान निर्भयपणावरच होता त्यांचा भर

ते आले, ठाकले रंगमंचावर
आणि सुरू केले त्यांनी नाटक सराईतपणे
अगदी साग्रसंगीत... नांदी, स्वगते, संवाद, गाणे

समोरचे प्रेक्षक विस्मयचकित, नाराज,
झाली थोडी गडबड... उठले संतापाचेही कढ
पण नंतर हळूहळू मिळू लागला नाटकाला प्रतिसाद
नटांबरोबर प्रेक्षकही आता नाटकात सामील, बेहोश
कधी रोखलेले श्वास, कधी हशाटाळ्यांचा जल्लोश!

आता नाटकाला भरत चालला आहे रंग
कोण नट, कोण प्रेक्षक... लागत नाही थांग
उभयपक्षी बनवाबनवीचा बेरकी व्यवहार
सारे प्रेक्षागृह रंगमंचाशी एकवटून तदाकार

पूर्वसंध्या । ३१

कुणी?

मोजले श्वास माझे कुणी?
प्राण झाले कुणाचे ऋणी?
पोचताहे तळाशी जरी
काचपात्रातही वारुणी?

धूसराचे धुके भोवती
साद येते कशी कोठुनी?
चालता पाउले ही पुढे
कोण येते बरे मागुनी?

सुन्न साऱ्या दिशा भोवती
उष्ण वेड्या झळा झोंबुनी
तोच वर्षाव होतो शिरी
मेघ येती कसे वोळुनी?

आसमन्तातुनी जाणवे
पूर्ण दूरस्थता या क्षणी
कोण अदृश्य आश्वासने
देत राहे परी आतुनी?

मी न माझी, कुणाची न मी
जाणिवेशी अशा येउनी—
ठेपते मी न, तो वाटते
जन्मते मीच माझ्यातुनी!

चोरवाटा

जाणतो आपण त्या गूढ चोरवाटा
परस्परांच्या मनांमधून जाणाऱ्या
आणि दूर कुठे तरी अचानक
प्रश्नांकित गहन एकान्ताशी नेणाऱ्या

जाणवते त्यांच्यावरून चालणारी
जाणिवांची रहदारी नि:शब्द
मनात साकळलेले सारे जिथे
होते केवळ भयाकुल, स्तब्ध

दाही दिशांमधून फक्त
येते एक संज्ञाहीन चाहूल,
जिथे गोठतात सारे शब्द
आणि थबकून राहते पाऊल!

अशा मूक क्षणांपाशीच
उतरून ठेवते मी माझे मनोगत
कळेल कधीतरी ते तुला
इतकीच आशा मनात बाळगत

परीघ

आपले आपल्यालाच नसते माहीत
आपल्यात दडलेले आणखी एक जिवट आपण
कधीही न पतकरणारे पराभव
जेव्हा काळोखातही दिसू लागतो
अपराजित प्रकाशाचा संभव

आपले आपल्यातच बुडत जावे
खणत जावे खोल खोल स्वतःला
आणि शोधावेत झरे : निर्मळ, अज्ञात
ज्यांच्या प्रसन्नतेत मनसोक्त नाहुन
व्हावे निरामय... निश्चिंत... शांत!

जगण्याचा वसा जर घेतलेलाच जन्मजात
आता कसे चालेल 'नाही' म्हणून?
करीत जायचा विस्तृत परीघ
स्वतःच स्वतःला शतपटीने गुणून!

विदेही

गेला निर्भर भाव बाळपणिचा काळासवे वाहुनी
झाले ओठ मुके जणू शपथ की घालून गेले कुणी
भोळे शैशव ते, उचंबळ खुळी, विश्वास तो भाबडा
त्या काचेहुन पारदर्शक दिशा– गेला कधी त्या तडा?

आभाळातुन तेधवा ठिबकल्या हातामध्ये चांदण्या
आले पाऊसथेंब ओळख जुनी देहावरी गोंदण्या
माझेही मज ना परी उमगले झाला कधी पालट?
होते जे उबदार उष्ण भवती, झाले कसे कोमट?

गेला ओसरुनी प्रकाश सगळा, हो म्लान ताजेपणा
आता शोधुनही न भेटति पुन्हा त्या शैशवीच्या खुणा
गेले भास निळे विरून पुढती हे ठाकता वास्तव
साऱ्या कोमलतेमधून चटके देई कसा विस्तव?

हे सारे परकेच पायरवही, अज्ञात या चाहुली
आता शोधुनही न का गवसते माझी मला सावली?
ओलावा हृदयातला सुकुनिया रेताड मागे उरे
माझा प्राण मलाच सोडुन तिथे आता विदेही फिरे!

आता नकोसे वाटते

खेळणे शब्दांसवे आता नकोसे वाटते
ढाळणेही आसवे आता नकोसे वाटते

आतल्या अंधारवाटा धुंडुनी आले किती
लावणे तिमिरी दिवे आता नकोसे वाटते

चेहरा प्रत्येक येतो लेवुनी खोटी स्मिते
वेचणे हे काजवे आता नकोसे वाटते

पाउले अज्ञात देशी घेउनी जाती कुठे?
पाहणे परके थवे आता नकोसे वाटते

मीच का जुळवून येथे आणि तेथे घ्यायचे?
सारखे होणे नवे आता नकोसे वाटते

तट

तशा तर मधल्या किती तटबंद्या ढासळून पडल्या
तरीही एक अदृश्य तट उभाच आहे आपल्या दरम्यान
इतके मन खोलून बोलतो परस्परांशी, हसतो तरी
प्रत्येक शब्दाआड असते अवघडलेपण, सावध अवधान

पावलांखालून वाहून गेले अनेक वर्षांचे अर्थगर्भ पाणी
आयुष्यानेही घेतली किती अतर्क्य अनपेक्षित वळणे
येवढे अंतर ओलांडून आलो आहोत पुन्हा समोरासमोर
की अशक्यच आता मनमुक्त खळखळणे, झुळझुळणे!

कळते आता तेव्हाचे आपण उरलेलोच नाही
देहावरची त्वचाच नव्हे, तर मनही पालटलेले आरपार
चेहऱ्यावर चेहरे किती चढत गेले खरे खोटे
किती व्रण ठेवून गेले काही तीक्ष्ण धारदार

कळते आता, गेला क्षण नाही पुन्हा हाती गवसत
गतायुष्य खेचते मागे काळाचाही कठोर धाक
नाही भेटत पुन्हा कधी धूसर अद्भुत इंद्रजाल
किती सरणे पेटली, विझली, उरली धुमसणारी राख

अर्थहीन

अर्थहीन असते हे भाषेचे हत्यार
तुमच्या माझ्यात दाटून राहिलेल्या
घनदाट काळोखाचा पडदा फाडून टाकण्यासाठी,
असमर्थ असतात माझी बोटे —
सोडवू शकत नाहीत आपल्यामधील रस्त्याला
जागोजाग पडलेल्या असंख्य घट्ट निरगाठी!

मनातले सारे उत्कट भाव पुरासारखे
थांबतात मौनाच्या उंबरठ्याशी येऊन
हिरमुसल्या पाण्यासारखे पुन्हा आत परततात
चार-दोन औपचारिक शब्दांचा आसरा घेऊन
अडखळत बाहेर पडतात, तिथे अडतात, विरतात

आता तर सारेच संवाद थांबलेले
आणि असहाय मौन जन्मभराइतके लांबलेले

मेघ

मेघ दाटले कोठुन नकळे मनभर आल्या धारा
उत्कट ओल्या आठवणींचा झरे अनावर पारा

खोल हृदयतळी साठुन होते काहीसे सुकलेले
खळखळणाऱ्या ओघातुन ते खिदळत खेळत आले

क्षितिजावरच्या निळ्या टेकड्या बालमैत्रिणी झाल्या
हात धुक्याचे पुढे पसरुनी मिठित मिटाया आल्या

अवतीभवती भरुन राहिला जुना अनामिक वास
चमचमणाऱ्या तिमिरालाही फुटले अद्भुत भास

दहा दिशांतुन वोळुन आले गतजन्माचे पाणी
लहरींवरती उमटत गेली अशब्द सुंदर गाणी

दिन जे गेले, त्यांचे झाले गहनगूढ आभाळ
बगळे होऊन झुलू लागली शुभ्र क्षणांची माळ

बसच्या रांगेत

बसच्या रांगेत अंग चोरून उभी एक एकटी पोर
साडी अंगभर, गळ्याशी पदर, नजर नाकासमोर
खेटणाऱ्या गर्दीत जपलेले तिने अस्पर्शित निर्मळपण
मनातला काळोख हरघडी होणारा गडद, काळाभोर!

हजारो नजरा टोकदार, अंगात टाचण्या खुपसणाऱ्या,
तांबारलेल्या डोळ्यांच्या कडा सूचक, खुणावणाऱ्या,
आंधळी गर्दी, घामट वास, मानेवर येणारे श्वास,
हजारो हजार अंगलगटी, शब्दावाचून बोलणाऱ्या!

चौकड्यांचा मवाली बुशशर्ट, केसाळ कल्लेदार गाल...
ती अधिकच अंग चोरते, चेहरा शरमून लाल
स्पर्शाच्या वाऱ्याने कापणाऱ्या पदरामागच्या कळ्या
उडते धपापते काळीज, स्फुरतात नाकाच्या पाकळ्या

मिटू बघते ती स्वतःत, घाबरते, घुसमटते;
आतल्या आत थरथरते काही, हादरते, फुटते,
उभा अवकाश अनोळखी पुरुष, अवघे आसमन्त पारध
कोवळ्या पोरीतून उगवणारी स्त्री संशयी, सावध!

४० । पूर्वसंध्या

बाहुल्या

सावल्यांच्या बाहुल्यांचा भोवताली घोळका
ये पुढे एकेक, बोले, 'कोण मी ती ओळखा!'

सावल्यांचे मूळचे आधार ते सुटले तरी
जवळ येता अंगुलीचा स्पर्श होतो बोलका

टाकले मी पुरुन सारे खोल चित्ताच्या तळी
वेड भरते का तरी हे? आज जातो तोल का?

जाड काळा तिमिरपडदा झाकतो भूता जरी
कोण कानी कुजबुजे हे? कुठून येती बोल? का?

अंध बोटे चाचपीती काय खोटे वा खरे?
रंगचित्रे फुलुन मिटती फिरविताना लोलका

सावल्यांच्या बाहुल्यांची क्रूर निर्दय ही मिठी
वाटले जे उथळ पाणी, तेच इतके खोल का?

सांगावेसे काही

सांगावेसे काही
तसे फार नाही
तरी ओठांवरी
येते काही बाही

चढवावा त्याला
उंची पेहराव
आणि हिंडवावे
दूर गावोगाव

कुणाच्या डोळ्यांत
कुणाच्या स्मितात
आपुलेच बिंब
बघावे निभ्रान्त

भ्रमाचे भुलावे
सारे खरोखर
चकव्यात तरी
फसावे अंतर

मोहमरीचिका
झळाळत्या लाटा
वाळवंटी अन्त
तृषार्त धावता

धागा

या साऱ्या परकेपणातही तशीच
शोधीत राहते आपुलकीच्या खुणा
सूक्ष्म धाग्याच्या आधारानेही
घट्ट बिलगते जीवनाला पुन्हा!

वठत चालला वृक्ष तरी
पाळेमुळे शोषत राहतात ओल
मीही माझे तृषार्तपण
पसरीत राहते दूरवर, खोल

अवतीभवती असले जरी
ओसाड वाळवंट लांबच लांब
एखादी हिरवळ हसून म्हणते
'जरा विसावा घे इथे, थांब'

रस्ता

या रस्त्याला प्रथमच माझे पाउल वळले
फसवे गारुड तळपायांना नव्हते कळले

इथे वाहते सदैव दूषित भणभण वारे
देहांवाचुन आणि भुतांचे भयद इशारे

कधी अनामिक बोटांनी कुणी स्पर्शुन जावे
खदखद हासत भवतालातुन मग निसटावे...

काळोखाची धूळ कधी वा झिरपत येते
कधी पावलांतून जिवाणू सरकत जाते

इथे न लागे सहकंपाची चाहुल केव्हा
आधारास्तव सांत्वनही नच मुके मिळे वा!

कुणी रेखिला असला रस्ता माझ्या भाळी?
गुन्हा कोणता घडला होता कोण्या काळी?

घेरित ये निष्प्रेम गारठा थंड झळांचा
आता आसरा केवळ माझ्या मनोबळाचा!

सूत्रधार

अशाने तशाचा
घेऊन अंदाज
उभवावा ताज   कल्पनेचा

विस्तारावे छत
नक्षत्रखचित
तोरणे उचित   जडवावी

भूतभविष्याचा
बसवावा मेळ
खेळायचा खेळ   व्यर्थ असा

कशाला आशेने
न्याहाळीसी नभा?
काळोखात उभा   सूत्रधार

काळी पाने

शब्द होते असे वश एकदा की
सहज संवाद अवघ्यांशी व्हावा
मनातळी खोल दडला भावही
अलगदपणे ओठी उतरावा

नव्हता संकोच, नव्हती वा भीती
साऱ्यांसवे मैत्र, आश्वस्त हृदय
ऊर्मी प्रकटती आयासावाचून
सर्वत्र निर्भर लागलेली लय

आताच कसे हे सावध पवित्रे?
विरूप होऊन उमटती चित्रे?
सारे आसमन्त जाहले पारखे
अनोळख्यापरी स्तब्ध मुके मुके

भयस्वप्न दिसे जागेपणी डोळा
आतल्या आतच सुकतो उमाळा
गाढ स्नेहातही संदिग्धता भरे
अनुल्लंघ्य झाली श्वासांची अंतरे!

शब्दांनीच अशी फिरवता पाठ
घेरीत आलेले काही घनदाट
वठलेली झाडे, वेढणारी राने
भोवती झडती फक्त काळी पाने!

अटळ

एक अपरिहार्य संदिग्धता
आणि प्रश्न, उत्तरे नसलेले
कधीचेच आहेत सारे
अस्तित्व व्यापून बसलेले

अनेक विसंवादी वाटा
मनाला फुटलेल्या ठायीठायी
खेचतात मला विविध दिशांनी
मुक्कामाची नसते ग्वाही

माझ्यातून वाहणारा भविष्यकाळ
झरतो आहे कणाकणाने
हे सारे अटळ पेलताना
संपतेच आहे मीही मनाने!

प्रदीर्घ

प्रदीर्घ असतात जुन्या घटितांच्या सावल्या
आणि भूतकाळ काही केल्या सोडीत नाही पाठ
कितीही सावध पावले टाकली तरी सुद्धा
अनपेक्षित वळणे घेतेच पायांखालची वाट!

क्षणात परका बनतो परिचित आसमन्त
भेटत राहतात जागजागी चकवे, भुलावे,
भयावह आवर्तातून फरफटत नेते मला
गळ्यात बांधलेले करकचणारे दावे!

घेरीत येतो काळाकरडा संदिग्ध काळोख
आणि गिळतो पायांपुढला उजेड पसाभर
जुने खबरदार पाश होत नाहीत सैल
क्रूरपणे खेचतात मागे गतीला घालीत आवर

मागल्या बंधनांची सक्ती निमूटपणे सोशीत
एक एक पाऊल कष्टाने टाकते पुढे—
माझी मलाच प्रयासाने सावरून घेत
कधी मागे, तर कधी बघते भविष्याकडे!

कोणत्या असतात?

कोणत्या असतात फुलांच्या जन्मवेळा?
कळ्या फुलताना, की पाकळ्या गळताना?
अथांग निळाई प्राण एकवटून बघताना
की निमूटपणे खालच्या मातीत मिळताना?

कोणते असतात फुलांचे आनंद?
फुलपाखरे त्यांचे हृद्गत चाखताना?
की झाडे त्यांच्या तळाशी अलगद
आपले भवितव्य सुरक्षित राखताना?

कोणत्या असतात फुलांच्या व्यथा?
क्षणाचे भंगुरपण, की चिरन्तनाचा शाप?
वाऱ्याचा हवासा अनुबंध? भुईचे अतूट नाते?
की उत्कट सुगंधातून दरवळणारे आसक्त पाप?

पूर्वसंध्या । ४९

एक कुणी

त्याचा सूर अलीकडे जरा जास्त चढा लागतो
ठाम आत्मविश्वासाने तो चारचौघांत वागतो

स्वत:लाच संभाषणात सतत धरतो मध्यवर्ती
कळून येते किती खूश आहे हा स्वत:वरती

अवतीभवती नेहमीच कसा गृहीत धरतो श्रोतृवृंद
जागच्या जागी फुरफुरतो घोडा जसा ठाणबंद!

कशाला येवढा अट्टाहास आपले अस्तित्व ठसवण्याचा?
कशाला दुबळा विनोद तरी समोरच्यांना हसवण्याचा?

मी दुरून सारे काही शांतपणे बघत असते
अशा धूर्त पवित्र्यांनी खरेच का कुणी फसते?

– होऊ लागले आहे आता आसन आपले डळमळीत
हीच उणीव नसेल ना आतून सारखी याला छळीत?

किती आले, किती गेले, नाही राहिली मागे खूण
नश्वरतेचा अर्थ याला सांगेल कुणी समजावून?

५० । **पूर्वसंध्या**

फुले मला सांगत होती –

आठवते आहे अजून, फुले मला सांगत होती—
पाकळ्यांचे ओठ उघडून वेगळे काही मागत होती
अनोख्याच उत्सुकतेने तरारलेले परागकण
सुवासिक भाषेचे त्या निगूढ होते निमंत्रण!

फुलेच काय, भारलेला होता अवघा आसमन्त
पाण्याहून पारदर्शी हवेत नव्हती कसली खन्त
दाही दिशांमधून होते झिलमिलत मधुर रंग
कोवळ्या गवतपात्याहून स्पंदनशील होते अंग!

निळ्या गडद आभाळात संभ्रमाचा नव्हता ढग
अल्लड बाळउन्हालाही शिवली नव्हती अजून धग
माहीत नव्हते काळोखाला फुटत असतात दारुण व्यथा
तेव्हा सारे जगच होती एक सुंदर परीकथा!

मागे टाकून ते सारे इथे कुठून आले कशी?
निरभ्र आनंदात कुणी भरली दाहक कासाविशी?
कुठे जाऊ? काय पाहू? रस्तेच मधले मिटून गेले
हृदयाशी जपलेले आश्वस्त काही फुटून गेले!

पूर्वसंध्या । ५१

दुवा

काळोखातच दूर एक हलते अस्पष्टशी सावली
वाऱ्यातून कधी लकेर हळवी हासू तिचे रेखिते
निःश्वासातुन खोल आर्त फुटती केव्हा मुक्या वेदना
केव्हा काळिज फोडुनी उमटतो दुःखी तिचा हुंदका!

आता ओसरले वसंत अवघे, गेली गळूनी फुले
गेले कोळपुनी किती बहरही, गर्भात मेली फळे
येतो कोठुन हा सुवास हलका? त्या कोणत्या मंजिऱ्या?
निर्माल्यावरती पुन्हा चमकती हे रंग ताजे कसे?

काळाचे स्तर भेदुनी पलिकडे जाणीव जाते कुठे?
आहे अद्भुत हा प्रवास उलटा भूतात जो नेतसे
होते बाजुस का अशी जवनिका? काही पटे ओळख
सारे दृश्य पुन्हा धुक्यात बुडते काळोखती लोचन!

ती हासून मला दुरून खुणवी, दे सादही केधवा
मी मागे वळता परी निसटुनी अदृश्य होतो दुवा!

निराश्रयाचे भयाण अरण्य

नकोसे वाटतात आता हे जुने शब्द कळकटलेले
आणि पुन्हा पुढ्यात ठाकणारे ते ठरीव संकेत,
जी जी प्रतिमा आकारून येते डोळ्यांसमोर—
तेही असते कुठल्या तरी पुरातनाचेच प्रेत!

क्षितिजापर्यंत पसरलेला निरर्थ शब्दपसारा
होतो शुष्क पाचोळ्याचा खच पावले बुडवणारा,
दिशा ओठ आवळून घट्ट, चूपचाप, अबोल –
आणि रस्ता निग्रहपूर्वक आपली गती अडवणारा!

आजवरची सगळी नाती केवळ मानीव, उपरी
एक शब्दाशीच जडला होता जिवट रक्तसंबंध
त्यांनीही सारे धागे पोटात ओढून घेतल्यावर
संवेदनांचे दरवाजेच होऊन गेले कुलूपबंद!

—म्हणजे मग काहीही, केव्हाही तुटू शकते
निराश्रयाचे भयाण अरण्य आपल्याभोवती मिटू शकते!

पूर्वसंध्या । ५३

कोण मी?

कोण मी आहे कुणाची मज कळेना
वास्तवाचे गूढ जीवा आकळेना

कैक जन्मांतून आले मी फिरूनी
संचिताशी त्या पुन्हा सांधा जुळेना

स्पर्श काही वेचले नि:स्वार्थतेने
मात्र स्पर्शातीत होते ते मिळेना

मी निराकारास झोंबू पाहताना
देहभावाची अहंता ती गळेना

कुंद सारे गोठले आभाळ काळे
स्तब्ध वारा का मुळीही वादळेना?

दाटुनी येती उरी संवेदना ज्या
मेघ त्यांचा का फुटूनी कोसळेना?

गाणे

जेव्हा लवलवत असते कोवळी पालवी अनावर
आणि आभाळाला सुचत असतात बेहोश रंग
तेव्हा जड निर्जीव शब्द ठरतात निरर्थक
व्यक्त करण्यासाठी भरून आलेले अन्तरंग!

कुठला चैतन्यप्रवाह वाहत असतो असा
ज्याचा कळत नाही आदि अथवा अन्त?
पण हृदयात फुटतो एक अनामिक स्रोत
जो निरसून टाकतो मनातली व्यथा, खन्त!

आसमन्ताचे अपार ऐश्वर्य शिरते आपल्या आत
रुजतात कोवळे हिरवे प्राण अशाश्वत मातीत
देहाचे आवरण फाटून जाते अकस्मात
क्षणभर होतो आपण स्थलकालाच्या अतीत!

तेव्हा हाती येतो जणू अस्तित्वाचाच मूलकन्द
मिळतात जाणिवेला अनन्तरंगी परिमाणे
बाहेर-आत सारे मग एकाकारच होते
आणि ओठांना आपोआप सापडते आपले गाणे!

व्यर्थ

सर्व काही व्यर्थ आहे, जाणते मी
कायदे हट्टी मनाचे मानते मी
या प्रवाहासंगती पण वाहताना
भाबडे भोक्तृत्व माझे आणते मी

कीव येते या नभाला, भूमिला या
पाहते जळधारही मज विस्मयाने
ना कुठे आधार, नाही वा निवारा
पूल धूसर हा धुक्याचा ताणते मी!

न्यावयाचे तेथ ही नेईल धारा
भोवरा खेचून घेइल खोल किंवा
पाश तुटले मागले, भवितव्य नाही
सर्व हे जाणूनही पण नेणते मी

मुक्त पाणी वाहते अपुल्या गतीने
काय संगे येतसे त्याला क्षिती का?
वृक्ष निर्मम वाकुनी बघतात खाली
श्रेय येथे साधते मग कोणते मी?

प्रश्न सारे ओंजळीतच घेउनीया
अर्घ्यसे मी वाहिले पाण्यात आता
फक्त पाणी, आणि मी, अन् दूर तेथे?
दूर तेथे काय ते अवमानते मी!

लखलखत्या असंख्य चांदण्या

लखलखत्या असंख्य चांदण्या अवघ्या आभाळभर
आणि असंख्य प्रतिबिंबांची हृदयस्थ प्रवाहात थरथर
अवघे तारांगण अलगद खाली उतरलेले
आणि प्रत्येक चांदणीत माझेच मन मोहरलेले

मी आभाळ, मी चांदणी, मीच अनन्त अवकाश
मी तुफान वादळवारा, मीच हलका नि:श्वास
निश्चल उभी मी एका कोसळत्या प्रवाहाशी
आनंदमग्न मीच काहीसे गुणगुणत स्वत:शी!

अनन्त युगे ओलांडून झालेली मी आरपार
अनुभवलाच नव्हता कधी असा असीम विस्तार
माझ्याही नकळत मी माझ्यातून रुजलेली
रुजलेपणातून वाढत वाढत अवघेपणी सजलेली!

पूर्वसंध्या । ५७

अंश

साऱ्या सनातनाचा मी एक अंश आहे
आभाळ थोडकेसे माझ्यात नांदणारे

रंगांधळेपणाचा घेऊन शाप माथी
नाकारले किती मी क्षितिजातले इशारे

आता कळे परंतू अन्तस्थ गूढ नाते
या दीन तुच्छतेला गगनास जोडणारे

केव्हा कसे सुखाचे फुटतात पंख प्राणा
केव्हा कसे उरी या भरते पिसाट वारे!

आभाळ आत होते जे मूक राहिलेले
स्फुरतात आज त्याला हिरवे नवे धुमारे

माझी न राहिले मी, हा देहही न माझा
झेपावते नभाशी घ्याया खुडून तारे!

कवी

शेवटची ओळ लिहिली
आणि तो दूर झाला
आपल्या कवितेपासून
बराचसा थकलेला
पण सुटकेचे समाधानही अनुभवणारा
प्रसूतीनंतरच्या ओल्या बाळंतिणीसारखा
जरा प्रसन्न, जरा शांत
नाही खन्त, नाही भ्रान्त...

आणि मी कविता नवजात
एकाकी, असहाय, पोरकी
आधाराचे बोट सुटलेल्या
अजाण पोरासारखी
भांबावलेली, भयभीत,
अनुभवणारी एका उत्कट नात्याची
परिणती विपरीत

ती आहे आता पडलेली
कागदाच्या उजाड माळावर
आपल्या अस्तित्वाचा अर्थ शोधत
तो मैलोगणती दूर, वेगळ्या विश्वात
संपूर्ण, संतुष्ट, आत्मरत!

पूर्वसंध्या । ५९

कशाला?

वेढणाऱ्या वेदनेचा शाप हा माथी कशाला?
आठवांच्या संगतीने जागणे राती कशाला?

जेथुनी आले इथे मी, वाटही हरवून गेली
येथल्या भूमीवरी ती शोधणे माती कशाला?

रंगगंधांचे फुलोरे सर्वही ग्रीष्मी जळाले
ते मुके निर्माल्य आता राखणे हाती कशाला?

एकदा खाली झुके आभाळ ते दूरस्थ होता
वेध त्याचा घेउनी ही पाखरे गाती कशाला?

लोचनी अंधारलेल्या लोपता जाणीव सारी
या अखेरीच्या क्षणाला स्वर्ग ते साती कशाला?

निघुन गेले बहर

कितिक आले तसे निघुन गेले बहर
संथ रेंगाळती आज येथे प्रहर

ओसरे वारुणी काचपात्रातली
काळजाच्या तळी साकळे हे जहर

या इथे, त्या तिथे घडुन गेले किती
साक्ष त्याची न दे ओळखीचे शहर

ओघ ओघामध्ये मिसळुनी वाहिले
वाळवंटी आता मृगजळाची लहर

सौख्य पक्ष्यापरी उडुन गेले दुरी
यातनांचा उरे जीवघेणा कहर!

साक्षी

स्पर्शातुर हिरवळ छायांकित या वाटा
गवतातुन लहरत जाती अल्लड लाटा
चिमुकल्या फुलांची माथ्यावर बरसात
की थेंब सुखाचे मंद मंद झरतात

हा असा वाहता पूर इथे लडिवाळ
तर तिथे दरीचे मुख भीषण विक्राळ
या इकडे सुंदर मोहमयी मयनगरी
तर तिथे भयंकर कडे, उतरत्या डगरी

खेचती मनाला दोन्हींकडचे ताण
पिळवटून होती व्याकुळ माझे प्राण
मी इथेच थांबू किंवा पुढती जाऊ?
की तोल क्षणाग्रावरी सावरित राहू?

आकान्त आतला आणि आतला जाळ
संदिग्ध भविष्ये निर्दय, की वेल्हाळ?
मरणावर उमटत जाते जीवननक्षी
मी अशा घडीची केवळ उरते साक्षी!

६२ । *पूर्वसंध्या*

मनधूसर

मनधूसर वाटा
पुढे पुढे नेणाऱ्या
दूरच्या दिशांचे
आश्वासन देणाऱ्या

ते पहाड पर्वत
दऱ्या खालच्या खोल
मी असते केवळ
सावरलेला तोल!

मागल्या पावली
जग मागे विरघळते
जणु पानांवरचे
थेंब निमुट ओघळते

हृदयात कोवळे
नवे जागते काही
त्या नसे चेहरा
नावगावही नाही

विस्तार उलगडे
असा अचानक पुढती
गतिधुंद पावले
हेतु कुठे ना अडती!

मला वाटते

ओझरताही कुठे ऐकता शब्द कुणाचा
मला वाटते
सापडेल का यात कुठे मज सूर मनाचा?

अस्फुट काही कानांवरती येता कुजबुज
मला वाटते
सापडेल का इथे जिवाचे अबोध हितगुज?

आणि कधीतरि भरुन राहता मौन सभोती
मला वाटते
मला वाटते... एकाकीपण... भयाण भीती

कुठलाही संदर्भ असू द्या... झिरमिर धागा...
पुसते मी मज
माझ्यासाठी असेल येथे नखभर जागा?

पाणी

या पाण्याच्या अनन्त लीला, अनन्त त्याची रूपे
केव्हा अवघड कोडे घाली, केव्हा अगदी सोपे

थेंब चिमुकला केव्हा झुलतो पानांच्या टोकाशी
केव्हा चिडुनी उलथुन टाकी प्रचंड प्रस्तरराशी

संथ वाहता सामावुन घे गहन कधी आभाळ
चित्रदर्पणी केव्हा उमटे शुभ्र खगांची माळ

तीरावरची झाडी केव्हा घट्ट उराशी धरते
ओलेतीचे वस्त्र खेचुनी थट्टा भलती करते

कधि इवल्याशा कळशीमधुनी सुखे घराला येई
तान्हेल्या प्राणांत खोलवर झिरपत झिरपत जाई

ओहळ, ओघळ, पूर अनावर, झिरपा, निर्झर, सरिता
किती शोधली नावे आम्ही अनाम जे त्याकरिता

या पाण्याचे काहि न कळते विरक्त की आसक्त
लंपट केव्हा, अलिप्त केव्हा, केव्हा असते फक्त

सप्त सागरांमधून वेडे दिशादिशांतुन फिरते
कुमारिकेच्या नयनी केव्हा आसू होऊन उरते!

आडवेळेचा पाऊस

आडरानी अडवील आडवेळेचा पाऊस
अशा पावसापाण्याची नको बाहेर जाऊस!
लख्ख निळ्या आभाळाला काळ्या ढगांचे झाकण
तुझ्या कुवारपणाला नाही कुणाची राखण!

वाट सरळ भाबडी जेव्हा वळेल रानात
वेडे वारे अनावर तुझ्या भरेल कानांत
दोहोबाजूंच्या झाडांत अशी काळोखी दाटेल
पायांखालचा उजेड पायांखालीच मिटेल

काळोखातून येतील पुढे आक्रमक हात
कळणार नाही, कोण, कसा करील गे, घात
कोसळत्या धारांसंगे सारे जाईल वाहून
कासावीस होशील तू मागे पाहून पाहून

ओल्या वादळवाऱ्याची झेप येता अंगावरी
फिटे उरीचा पदर आणि विस्कटते निरी
आडवेळेचा पाऊस असा साधील गे, दावा
घडीभराची बेहोशी, पुढे जन्माचा पस्तावा!

सम्राज्ञी

मैफल संपली, गर्दी ओसरली
क्षणापूर्वी गजबजलेल्या दिवाणखान्यात
आता नि:शब्द शांतता पसरली.

उतरवला तिने सारा साज
पुसले चेहऱ्यावरचे मनमानी रंग
दिवे मंद करून, खिडक्यांवर पडदे ओढून
वस्त्रान्तर करून, केस मोकळे सोडून
पसरले तिने शय्येवर आपले थकलेले अंग

ओठांतून फुटणारी जांभई आवरीत
मनातले विसकळीत विचार सावरीत
आठवू लागली ती मैफलीतला एकेक चेहरा
खुशमस्कऱ्यांचे मतलबी स्तुतिपाठ
संधिसाधकांचे धूर्त डावपेच
भाबड्या भाविकांचे भळभळते प्रेम
क्वचितच कुठे जाणवणारा प्रतिकाराचाही मोहरा

आता ती नव्हती सम्राज्ञी
पुरुषांच्या गर्दीत आपले अस्तित्व टिकवणारी
सत्ता, विलास, वैभव पावलांशी बेगुमान झुकवणारी
आता ती होती स्त्री, केवळ स्त्री,
दुबळी, एकाकी, असहाय
उताराला लागलेले वय...
एकान्तात मनस्वी भयभीत
भर्जरी व्यक्तिमत्त्वाआडची जीर्ण लक्तरे लपवीत,

प्रथमच जाणवले तिला आपले स्त्रीपण
पुरुषी सहकंपासाठी आसुसलेले मन
रडू लागली ती फुटून फुटून
तोंड खुपसून उशीत
मध्यरात्र उलटताना एकाकी
निद्रेने तिला अलगद घेतले कुशीत

पूर्वसंध्या । ६७

निर्दय

वरच्या विस्तीर्ण स्नेहशून्य अवकाशात
कोरड्या क्रूर ताऱ्यांचा निर्दय लखलखाट
आभाळ त्याहीपलीकडे सरकलेले दूरच दूर
अभावालाच सर्वत्र आलेला पूर महामूर

नीरव दिशा, भयचकित स्तब्ध वारे
शब्दशून्य निर्जन आसमन्त सारे
माझ्या आतले माझे खाजगी जगही निपचित
विसरून सारी तगमग, धग, केवळ मरणमूर्च्छित

पृथ्वीवरची सारी मानवजात
गेली आहे जणू पार पुसून,
मी एकटीच इथे या भयाण एकान्तात
आहे कधीची एकाकी बसून!

निवडुंग

आवडणारे सखेसोबती अवतीभवती
शब्दाशब्दावरती माझ्या
जीव जडवुनी असती ऐकत, हासत खिदळत,
आणिक मीही बोलत असते किति भरभरुनी
पूर्ण मोकळी स्वतःस करुनी!
निरभ्र सारे निळे, निरागस,
निर्मळ, लोभस,
कधी नव्हे ते अद्भुत घडते
मनामनांचे पोत रेशमी हळु उलगडते
आणि उमलते एक निकटपण!

तोच अचानक मध्येच दचकुन पुन्हा थांबते
—वाक्य अकारण जरा लांबते
ओठांवरती शब्द अधिक जो उमटू बघतो
आवेगाने फिरुन तया परतविते मागे
मनाआडचे एक गूढ मन होते जागे
म्हणते मजला, 'थांब जराशी'

आणिक नंतर
सरसर वाढत वेढत ओढत
माझ्याभवती दाटुन येते
निवडुंगाचे काटेरी बन
अस्तित्वाला पडते कुंपण
आणि एकटी, एकटीच मी, पूर्ण एकटी
कुंपणात त्या पडते कोंडुन...

पूर्वसंध्या । ६९

ढळणार सूर्य कधीतरी

ढळणार सूर्य कधीतरी
जातील लांबत सावल्या
तम दाटता जातीलही
नि:शंक ज्योती लावल्या

सारे जरी ठावे तरी
भय सांजवेळी वाटते
माथ्यावरी आकाश जे
तेही जसे की फाटते

कळती मला बाहेरचे
आधार हे, आश्वासने
तरि श्वास अपुरे आपले
ते आपणासच श्वासणे

कण येथले वेचूनही
मी वेचणार तरी किती?
हृदयामध्ये जी पोकळी
भरुनी कशी येणार ती?

सूर्यास कैसे रोखणे
तिमिरास टाळावे कसे?
ज्योती निरर्थक येथल्या
तम तेवढाच खरा असे

समजूतदार

न पटणारी अनेक सत्ये
स्वत:ला समजुतीने पटवून
मनाचे किती बहर तिने
घेतले आहेत आपल्यात मिटवून

आता निर्विकार डोळ्यांनी
ती निरखू शकते आसमन्त
अनेक मनोभंग पेलतानाही
नसतो खेद, नसते खन्त

हवेमधून सरकतात ऋतू
उडतात पाखरे आभाळातून
हिरव्या निळ्या सावल्यांमध्ये
रंगीबेरंगी होते ऊन

पडतात किती प्रतिबिंबे
ढवळत राहते आतले पाणी
समजूतदार उसासा टाकून
ती गुणगुणू लागते गाणी!

हे वास्तव

हे वास्तव
लखलखत्या लोलकासारखे
सतत फिरत राहणारे
आसमन्तातले विविध रंग पकडून
नजरेला खेचून धरणारे
मनाला भ्रान्त करणारे

कसे घ्यावेत हे अर्थकिरण मिळवून?
आणि माझ्या जीवनाशी
संदर्भ त्यांचा कसा घ्यावा जुळवून?

इतक्या अस्थैर्यात सापडलेली मी
कशी कुठे शोधावी आश्वासक स्थिरता
मीच अशा चंचलतेत दिशाशून्य फिरता फिरता?

चुके काळाचे गणित

चुके काळाचे गणित
जुने संदर्भ लोपले
आणि कळेनासे झाले
कोण परके आपले?

आता संवेदनाशून्य
पार बधिरले मन
तोच वाळवंटावर
मुक्त बरसला घन

झाल्यागेल्याचा हिशेब
जरी झालेला चुकता
चिंब भिजूनही तरी
उरे कोरडी सिकता!

सावट

तव भेटीची उरी असोशी
परी आतुनी असते शंकित
प्रकाशरेखा भीत उजळते
कुहरामध्ये या तिमिरांकित

हे सांगावे, ते बोलावे,
मुक्त करावे हितगुज तुजशी
आवेगावर अशा परंतू
बधिरपणाच्या जमती राशी

उपचाराची उरते भाषा
वरवर पुसते तुझी खुशाली
धडधड करते हृदय कापरे
मूकपणाने पदराखाली

तुज भेटाया येताना मी
अस्फुट काही मनि पुटपुटते
शब्द परंतू जुळण्याआधी
अधरावरचे विधान तुटते

अशा क्षणांना वेढुन बसते
ताटातुटिचे कठोर सावट
भेटीआधिच भेटीचा मग
अटळपणाने होतो शेवट!

स्वीकार

दुरून कधी पडले कानी
मनाचे मंजुळ सूर
धुमसत कधी नाकाडोळ्यांत
भरला तिखट धूर

रक्तात भिजले गुलाब कधी
फुलांत लपल्या काचा –
आल्या क्षणाला सामोरी गेले
स्वीकार केला मी त्यांचा!

अजून तशा संदिग्ध काही
मधल्या संदिग्ध जागा
जुळला जरा, तुटला जरा
तरीही सलग धागा!

जन्म ओलांडून

अनोळखी रस्ते देती
गतजन्मीची ओळख
विस्मरणात गेलेली
जागवीती आणभाक

कुणा ठाऊक किती मी
आले जन्म ओलांडून
किती गुंतविले धागे
किती टाकले तोडून

कुठे कोळपून गेले
कुठे ओलात भिजले
इथे तिथे सांडलेले
प्राण चिवट रुजले

धीट अंकुर फुटून
त्यांचे जाहलेले वृक्ष
किती अगम्य खुणांची
मला पटविती साक्ष

मोहरता सारे ऋतू
मला हसून सांगती,
'ओळखले का स्वत:ला?
तूच आहेस बरे ती!'

७६ । पूर्वसंध्या

अभावित

कधीतरी अभावितपणे
मनात चमकून जाते
ती कवितेची एकच ओळ
पुढचा प्रवास संदिग्ध, अनिश्चित
शेवट असतो, नसतो
पावलांखाली उमटलेल्या रस्त्याला अवचित!

कधीतरी काळोखात
अचानक लखलखते
एक प्रतिमेची ठिणगी
पुन्हा जाते विझून
चाचपडत शोधत असते मी
तिचा जिव्हाळ स्पर्श अजून!

शब्दांचे वादळ घोंघावत उठते
नादरूपांच्या जाणिवा सजग करून
सैरावैरा धावते, आणि मग –
तीव्र एकाग्र टवकारते मन
पुन्हा सारे शांत, स्तब्ध, नि:स्वन!

बांधायला हवे आहे

संपून गेले सारेच आता कसे, कोण जाणे?
कोसळून पडले आहेत माझ्या आभाळाचे खांब
परवापर्यंत वाटत होते जे अगदी हातालगत
ते सारे गेले आहे दूरच दूर... लांब...

आभाळमायेचा आधार दुरावला आहे आणि
विझून गेली रंगीबेरंगी ढगांचीही आरास
हेलकावताना मंद होत थांबले वाऱ्याचे हिंदोळे
उरले फक्त आतल्याआत गदगदणारे श्वास

मिटत गेली नेत्रसुखद रूपरंगाची किमया
मूक झाले त्वचेआड झंकारणारे स्पर्शसूर
वस्तुजातात फक्त एक कठोर निग्रही झिडकार
आणि काळीज पोखरणारी अनामिक हुरहूर

आपले म्हणावे, असे काहीच नाही भोवती
अभावातच फिरते आहे मी निरुद्देश, हताश,
बांधायला हवे आहे आता माझेच नवे आभाळ
जिथे असतील माझे चंद्र, सूर्य, तारे – माझा प्रकाश!

तसे तर शब्द

तसे तर शब्द जिवाभावाचे सखेसोबती
श्वासोच्छ्वासाइतके मला निकटचे क्षणोक्षणी
शब्दांच्या आधारानेच सोसत आले आजवर
प्रत्येक आनंद, आघात, आयुष्यातली अधिकउणी

अजूनही जेव्हा मन भरून येते अनिवार
करावे वाटते स्वतःला शब्दांपाशीच मोकळे
वाटते, त्यांनाच जावे सर्वस्वाने शरण
तेच जाणून घेतील आतले उत्कट उमाळे

तरीही शब्द हाताळताना असते सदैव साशंक
त्यांच्या सूक्ष्म नसा, भोवती धगधगणारा जाळ,
काळीज चिरीत जाणाऱ्या त्यांच्या धारदार कडा
ज्या अवचित करतात विद्ध, रक्तबंबाळ

मी तर कधीचीच शब्दांची, ते कधी होतील माझे?
त्यांच्याशिवाय कुठे उतरू हृदयावरचे अदृश्य ओझे?

पूर्वसंध्या । ७९

मोकळी

व्यक्तित्वावर चढत गेलेले
गतकालाचे संदर्भ उतरवून
मी झाले आहे पूर्ण मोकळी
आता कशानेच पुन्हा
वाटत नाही भरून काढावी
मनाची अथांग रिक्त पोकळी!

आजचे अर्थपूर्ण गहनगंभीर
तेही बघता बघता कसे
वाहत असते विस्मृतीकडे,
दगडात ठळक कोरलेल्या
स्पंदनशील रेषेलाही
पडत जातात निष्ठुर तडे!

काही समीप आले म्हणता
मिटल्या मुठीमधून निसटून
अवचित निघून जाते दूर
उजाड पात्र शोधत झुरते
वाळूवरच्या वळांवरून
ओसरलेला तुडुंब पूर!

८० । पूर्वसंध्या

प्रतिबिंब

बोलत होती ती आवेगाने, मनस्वी भरभरून,
डोळ्यांत प्राण आणून, मागलेपुढले संदर्भ विसरून,
साकारीत होती माझ्यासमोर एक सुंदर भविष्यचित्र
भरीत हळुवार रंगरेखा, सारे सोज्ज्वळ आणि पवित्र

पाहिले तिला नीट निरखून, उरात उरला दचक
ही तर माझीच भूतकालीन प्रतिमा सामोरलेली अचानक
हे निर्भर भाबडेपण, हाच नि:शंक आशावाद
हेच तरुण मुठीत कवळलेले आकाश अमर्याद!

आणि आठवला स्वप्नांचा चक्काचूर, अपेक्षाभंग, अपमान
प्रयासाने आत वळवला मनातला कुत्सित सैतान,
परतवले बिळात आशंकांचे वळवळणारे साप
नाही दिसू दिला तिला भाळावरचा अटळ शाप!

'होईल ना हे सारे असेच?' मूकपणे विचारणारी नजर
किती आतुर अपेक्षेने स्थिरावलेली माझ्यावर,
शब्दही न बोलता मी हलकेच पुढे झाले
मनातल्या मनात तिला अशक्य आश्वासन दिले!

अचानक उघडते समोर

अचानक उघडते समोर एका अनोळखी जगाचे दार
आणि दिसू लागतात पुढ्यात भयसंशयाच्या गर्ता
आपल्या भोळ्या आनंदात कालवले जातात विखार
आणि काळवंडतो उजेडही – जो होता आपल्यापुरता

जीवनाची ही बाजू आपल्याला असते अज्ञात
श्वासलेलेच नसतात कधी असले दूषित वारे
जिथे तिथे पावले अडवणारे प्रश्नांकित पहारे
आणि वाटांचे परकेपण चकवून दूर नेणारे

दिसणारे सारे चेहरे भूमिका वठवणारे सराईतपणे
खोल पाताळगुहा वरच्या मायावी मुखवट्यांआड
आत दबलेले हुंदके, उसासे, कण्हणारे गाणे
पण किलकिले होत नाही कुठलेही कवाड!

रस्त्याखालून वाहणारे धगधगते अंगारलोट
सक्त सजा देणारे ठायी ठायी उभे फास
आसमन्तात बंदोबस्त सहानुभूतिशून्य कडेकोट
क्षितिज जरासे उजळलेले – की तोही म्हणू केवळ भास?

दु:खे

किती दु:खे साठलेली आहेत
या प्रचंड आभाळाखाली
किती साध्या आशा-आकांक्षा
गुदमरताहेत जिथल्या तिथेच
प्रयत्न करूनही न सुटणारे
अनाकलनीय अवघड पेच

हवी असते माणसाला
तोल सावरण्यापुरती
दोन पावलांइतकी ठाम जागा
मागत नाही कुणी
उत्कट आनंदाने बहरलेल्या
रंगीबेरंगी अनोख्या बागा!

किती अंगुष्ठप्राय जीव
जागच्याजागी लटपटत
पुसतात घामेजलेले भाळ
– आत एक अदृश्य जाळ
आपणच निर्मिलेले नाट्य
निर्विकार बघणारे वरून
वत्सल करुणाघन आभाळ!

ताऱ्यांचे शांत कळप

ताऱ्यांचे शांत कळप
काळ्याभोर आभाळातून
नीरव पुढे सरकत राहतात
पोक्त समंजस श्वापदांप्रमाणे,
आणि प्रत्येक ताऱ्याभोवती
तसेच नीरव उमटत असते
प्रत्येकाचे स्वतंत्र गाणे!

उमगत नाही कधीच मला
अर्थ त्या शांत समंजस ताऱ्यांचा
आणि त्यांच्या आत्ममग्न गाण्याचाही
मात्र माझ्याप्रमाणेच असते ऐकत-बघत
विस्तारलेले अफाट आभाळ, दिशा दाही

कसा जाणवला आज अचानक
एक अतूट अविरत धागा
तारे, आभाळ, दिशा –
साऱ्यांनाच जाणारा भेदून?
कशी जाणवली या साऱ्यांपलीकडे
गूढपणे थरथरत राहणारी
रक्तातून सलग वाहणारी
एक शब्दहीन सुंदर धून?

www.ingramcontent.com/pod-product-compliance
Lightning Source LLC
LaVergne TN
LVHW021426240825
819400LV00048B/1029
* 9 7 8 8 1 7 1 6 1 5 0 2 5 *